உப்பு

ஷிஹாப் கானம்

அரபியிலிருந்து தமிழில்
அ.ஜாகிர் ஹுசைன்

டிஸ்கவரி பப்ளிகேஷன்ஸ்
எண்: 9, பிளாட் எண்: 1080A, ரோஹிணி பிளாட்ஸ்
முனுசாமி சாலை, கே.கே.நகர் மேற்கு,
சென்னை - 600 078. பேச: 99404 46650

வெளியீட்டு எண்: 0193

உப்பு *(கவிதை),* **ஷிஹாப் கானம்**©
Uppu (Poem), Shihab Ghanem©

அரபியிலிருந்து தமிழில்: **அ.ஜாகிர் ஹுசைன்**
Arabic to Tamil: A.Jahir Husain

First Edition: October - 2022

ISBN: 978-93-95285-13-1

Pages: 80

Rs. 110

Publisher • Sales Rights

Discovery Publications No. 9, Plot,1080A, Rohini Flats, Munusamy Salai, K.K.Nagar West, Chennai - 78. Tamilnadu, India. Mobile: +91 99404 46650	**Discovery Book Palace (P) Ltd** No. 1055-B, Munusamy Salai, K.K.Nagar West, Chennai-600 078. Ph: (044) 4855 7525 Mobile: +91 87545 07070

discoverybookpalace@gmail.com / www.discoverybookpalace.com

இந்த நூலில் பிரசுரமாகியுள்ள எந்த ஒரு பகுதியையும் எழுத்துபூர்வமான முன்அனுமதி பெறாமல் எடுத்தாள்வதோ, மறுபிரசுரம் செய்வதோ, மொழியாக்கம் செய்வதோ, ஊடகங்களில் மறுபதிப்பு செய்வதோ, காப்புரிமைச் சட்டப்படி தடை செய்யப்பட்டுள்ளது. இந்த நூலிலிருந்து சில பகுதிகளை மேற்கோள்காட்டி நூல்அறிமுகம் செய்யலாம்.

உங்கள் மொபைல் போனிலிருந்து ஸ்கேன் செய்து 'டிஸ்கவரி புக் பேலஸ்' மொபைல் ஆப்பை டவுன்லோடு செய்து, புத்தகங்களை வாங்குங்கள்.

ஷிஹாப் கானம் (1940)

டாக்டர் ஷிஹாப் கானம் – கவிஞர், எழுத்தாளர், மொழிபெயர்ப்பாளர், பொறியாளர், பொருளாதார நிபுணர்.

1964 இல் அபெர்டீன் பல்கலைக்கழகத்தில் இயந்திரவியல், மின் பொறியியல் துறைகளில் இளங்கலை பட்டம் பெற்றார். 1975இல் ரூர்க்கி பல்கலைக்கழகத்தில் நீர்வள மேம்பாட்டுத் துறையில் முதுகலை பட்டமும், 1989இல் கார்டிஃப் பல்கலைக் கழகத்தில் பொருளாதாரத்தில் முனைவர் பட்டமும் பெற்றார். 2015இல் டோக்கியோ சோகா பல்கலைக்கழகம் இவருக்கு கலைப் பிரிவில் கௌரவ டாக்டர் பட்டம் வழங்கியது.

இவர் 94 புத்தகங்களை வெளியிட்டுள்ளார். பெரும் பாலானவை அரபியிலும் 20 புத்தகங்கள் ஆங்கிலத்திலும் எழுதப்பட்டவை. பல இந்திய கவிதைகளை அரபியில் மொழியாக்கம் செய்துள்ளார். குறிப்பாக தாகூர், கே.சச்சிதானந்தன், கமலா சுரய்யாவின் கவிதைகளை அரபியில் மொழிபெயர்த்துள்ளார். அவற்றுள் 'கஸாயித் மின் அல் ஹிந்த்' (இந்தியாவிலிருந்து சில கவிதைகள்), 'கஸாயித் மின் கேரளா' (கேரளாவிலிருந்து சில கவிதைகள்) ஆகிய தொகுப்புகள் குறிப்பிடத்தக்கவை.

இவரது கவிதைகள் 20 மொழிகளில் மொழியாக்கம் செய்யப்பட்டுள்ளன. ஆங்கிலம் மற்றும் மலையாளத்தில் இரண்டு கவிதைத் தொகுப்புகள் வெளிவந்துள்ளன. இவற்றைத் தவிர பாரசீகம், ஜப்பான், சீனம், இத்தாலி, பிரெஞ்சு, போர்த்துகீசு, இந்தி, ஜெர்மன், ஸ்லோவாக்கியா, ரஷ்யா மற்றும் பெங்காலி மொழிகளிலும் இவருடைய கவிதைகள் வெளிவந்துள்ளன.

இவர் கவிதை, மொழிபெயர்ப்பு, ஆய்வு உள்ளிட்ட துறைகளில் விருதுகளையும் பாராட்டுச் சான்றிதழ்களையும் பெற்றுள்ளார்.

அமைதிக்கான தாகூர் விருது 2013, கொல்கத்தா

'பண்பாடு, மனிதநேயத்திற்கான சர்வதேச கவிதை சங்கம் விருது 2013', சென்னை.

படைப்பாற்றலுக்கான 'அல் உவைஸ் சிறந்த கலாச்சார ஆளுமை விருது 2013', துபாய்.

'ஷார்ஜா அரசின் புத்தக விருது 2007'

அறிவியல் துறையில் சிறந்துவிளங்கும் அறிஞர்களுக்கான ராஷித் விருது 1989', துபாய்.

2014இல் கேரள சாகித்ய அகாதெமி நடத்திய விழாவில் கேரள அரசின் கலாசாரத்துறை அமைச்சரால் மரியாதை செய்யப்பட்டார்.

அ.ஜாகிர் ஹுசைன் (1971)

முனைவர் அ.ஜாகிர் ஹுசைன் கன்னியாகுமரி மாவட்டம், தக்கலையில் திரு. அகமது, திருமதி. சுலைஹா பீவி ஆகியோருக்கு மகனாக 25.05.1971இல் பிறந்தார். வரலாற்றுத்துறையில் இளங்கலை, இஸ்லாமிய இறையியல் துறையில் பாகவி பட்டம், அரபுத்துறையில் முனைவர் பட்டம் பெற்றவர். ஊடகத்துறையில் பட்டயப்படிப்புப் பயின்றவர்.

சென்னைப் பல்கலைக்கழகத்தில் அரபுத்துறைப் பேராசிரியராகவும், அரபுமொழி பாடத்திட்டக்குழுத் தலைவராகவும் பணியாற்றுகிறார்.

தமிழ்நாடு அரசின் சார்பில் திருக்குறளையும் அவ்வையாரின் ஆத்திசூடியையும் அரபியில் மொழிபெயர்த்துள்ளார். 2015இல் சவூதி அரேபியாவில் நடைபெற்ற சர்வதேச அரபுக் கவிஞர்கள் மாநாட்டில் திருக்குறளை அரங்கேற்றம் செய்துள்ளார். இதன்மூலம் 'சவூதி அரேபியாவில் அரங்கேற்றப்பட்ட முதல் இந்திய இலக்கியம் திருக்குறள்' என்ற சிறப்புக் கிடைத்தது.

2019இல் சென்னைப் பல்கலைக்கழகத்தில் நடைபெற்ற திருக்குறள் விழாவில் தொடர்ந்து ஐந்தரை மணி நேரம் தமிழிலும், அரபு மொழியிலும் இசையுடன் திருக்குறளை முற்றோதல் செய்து உலக சாதனைப் படைத்துள்ளார்.

தமிழ்நாடு அரசின் சார்பில் திருக்குறள் அரபு இசைக் குறளையும் சென்னைப் பல்கலைக்கழகம் சார்பில் தமிழ், அரபு இரு மொழிகளில் ஆத்திசூடி இசைக் காணொளியையும் தயாரித்துள்ளார்.

சென்னைப் பல்கலைக்கழகம் சார்பில் தமிழ்த்தாய் வாழ்த்தின் பொருளை அனைவரும் எளிதில் புரிந்துகொள்ளும் வகையில் தமிழ்த்தாய் வாழ்த்துக் காணொளியை உருவாக்கியுள்ளார்.

ஈரோடு தமிழன்பன் ஐயாவின் இரண்டு கவிதைத் தொகுப்புகளை அரபியில் மொழியாக்கம் செய்து, 5, நவம்பர் 2021 அன்று ஷார்ஜா சர்வதேச புத்தகக்காட்சியில்

வெளியிட்டுள்ளார். தமிழிலிருந்து அரபியில் மொழியாக்கம் செய்யப்பட்ட முதல் புதுக்கவிதைத் தொகுப்பு இது என்பது குறிப்பிடத்தக்கது.

இந்தியாவில் முதல் முறையாக அரபு நாடக விழாவையும், சூஃபி இசை விழாவையும் நடத்தியுள்ளார்.

40க்கும் மேற்பட்ட ஆய்வுக்கட்டுரைகள், 10 மொழி பெயர்ப்புகள் உட்பட 25க்கும் மேற்பட்ட நூல்களை எழுதியுள்ளார்.

இவரது மேற்பார்வையில் 50 மாணவர்கள் இளநிலை ஆய்வு எம்.ஃபில்., பட்டமும் 9 மாணவர்கள் முதுநிலை ஆய்வு முனைவர் பட்டமும் பெற்றுள்ளனர்.

தமிழக அரசின் 2016க்கான சிறந்த மொழிபெயர்ப்பாளர் விருது, சென்னை கம்பன் கழகத்தின் 'சீறாப்புராணம் பரிசில் விருது', இஸ்லாமிய இலக்கியக் கழகத்தின் 'சிறந்த மொழிபெயர்ப்பாளர் விருது' உள்ளிட்ட பல்வேறு விருதுகளைப் பெற்றுள்ளார்.

மின்னஞ்சல்: drjahir2008@gmail.com
தொலைபேசி: 9444427086

அணிந்துரை

தீஞ்சுவைச் சொற்கள்

ஷிஹாப் கானம், கவிஞர், எழுத்தாளர், மொழிபெயர்ப்பாளர், பொறியாளர், பொருளாதார நிபுணர் என பல்வேறுபட்ட அடையாளங்களில் தனித்துச் சிறந்தவர். அரபியிலும் ஆங்கிலத்திலும் தம் படைப்புகளினால் அடையாளம் அறியப்படுபவர். இந்திய மொழிக் கவிதைகளை அரபியில் மொழிபெயர்த்துள்ளது இவருடைய சிறப்புக்களுள் ஒன்று. கவிஞர் ஷிஹாப் கானம் எழுதிய கவிதைகளைத் தேர்ந்தெடுத்து அரபியிலிருந்து நேரடியாக தமிழுக்கு மொழிபெயர்ப்புச் செய்துள்ளார் அரபி பேராசிரியர் அ.ஜாகிர் ஹுசைன். இவர், திருக்குறளையும், ஔவையாரின் ஆத்திசூடியையும் அரபி மக்களிடம் கொண்டு சேர்த்ததுபோலவே அரபு நிலத்தின் வாழ்வியலை 'உப்பு' கவிதைத் தொகுப்பின் மூலம் தமிழுக்குக் கையளித்துள்ளார்.

ஒரு நிலத்தைச்சேர்ந்த இலக்கியங்கள் இன்னொரு நிலத்தின் மக்களைச் சென்றடைவதென்பது இருவேறு மனங்களை இணைக்கும் அருங்கலை. மேலும், ஒற்றைச் சூரியனின் ஒளியால் உள்ளங்களை நிறைக்கும் உயர்நிலை. மொழிபெயர்ப்பு இலக்கியங்கள் உலக மக்களை ஒற்றை அச்சில் சுழலச் சாத்தியப் படுத்துகின்றன.

இனக்குழு வாழ்வியல், சமூக வரையறைகள், பொருளாதார ஏற்றத்தாழ்வுகள், அரசியல் மாற்றங்கள், இஸ்லாத்தின் தொடக்கம், மதமும் இலக்கியமும் மொழியும் இணைந்த வளர்ச்சி, தனிமனித வாழ்வின் சவால்கள் மற்றும் புலம் பெயர்ந்தவர்களின் வாழ்வியல் என்றுகாலத்தோடு ஒட்டி வளர்ந்த அசலான வரலாற்று இலக்கியமென அரபு இலக்கியத்தினை அடையாளம் காட்டலாம். மேலும், மனிதமனத்தின் அனைத்துவிதமான சலனங்கள், அகப்போராட்டங்கள், ஆழ்மனத்தேடல்களென தமிழ் நிலத்தின் தத்துவார்த்தமான சிந்தனைகளோடு ஒப்பிட்டுப்பார்க்கும்படியாகவும் அரபிக் கவிதைகளைப் புரிந்துகொள்ள முடிகிறது. சமூகம், வரலாறு,

அரசியல், தத்துவம் ஆகியவற்றை அடிப்படையாகக் கொண்டு 'தொங்கு கவிதைகள்' தொடங்கி கலாசாரப் பின்புலத்துடன் ஆவணப்படுத்தப்பட்டுள்ள அரபி இலக்கியத்தின் தொடர்ச்சியில் இந்த நூற்றாண்டுக்குச் சாட்சியாக கவிஞர் ஷிஹாப் கானம் தம் படைப்புகளை அரபி மொழிக்குப் பங்களித்துள்ளார்.

'உப்பு' என்கிற தலைப்பிலமைத்த ஒரு கவிதையில்,
"நான் அறிவேன்
கொஞ்சம் வெறுப்பும் சண்டையும்
உணவில்
உப்பைப் போன்றவை"

என்று கவிஞர் ஷிஹாப் கானம் எழுதியுள்ளார். மனித வாழ்வின் அடிப்படை அன்பு செய்தல், ஆனால் ஊடல்போல இருக்க வேண்டிய சின்னஞ்சிறு மனஸ்தாபங்கள் பெரும் சண்டை, வெறுப்பென நீள்வது உப்பை மட்டுமே உண்பதற்குச் சமம் அல்லவா என்று வருந்தும்போது வள்ளுவரின் 'கனி யிருப்பக் காய் கவர்ந்தற்று' என்கிற குறளோடும்,

'மனிதர்கள் பைகளைப்போன்றவர்கள்'/ 'உடலை விடு உயிரோடு உரையாடு' போன்ற கவிதைகளின் வரிகளைப் படிக்கும்போது 'உடல் ஒரு பையினைப் போன்றது, ஆன்மா தான் நிலையானது' என்ற வகையிலான தமிழ் சித்தர் மரபுப் பாடலோடும் ஒப்பிட்டுப்புரிந்து கொள்ள முடிகிறது.

'உன் கண்களைச் சுற்றிவந்து
உயிர்வாழ நினைக்கிறேன்
ஆனால் மூழ்கிவிடுகிறேன்
உன் விழிகளுக்குள்'

என்றும், 'என் கனவின் எல்லை நீதான்', 'அலைகூட வற்றிப்போகும் காதல் மாறாமல் இதயத்தை இயக்கும்' என காதலையும், மனிதனின் நினைவில் மறந்துபோன உலகப்போர்களின் அவலங்கள், ஹிரோஷிமா இழந்த புகழை மீட்டெடுத்த ஜப்பானியர், பூமியை நேசிப்பது, இயற்கையோடு தன்னை இணைத்து மரமென நினைக்கும் மனம், மீண்டும் இந்த வாழ்வை புதிதாக வாழக் கிடைத்ததால் திருத்திக்கொள்ள வேண்டிய தவறுகளென மனிதத்தையும், மகனுக்கான கவிதையொன்றில் வாத்துகளைப் பிரிவதன் துயரக் காட்சி

மற்றும் பேத்திக்கான 'பக்பூக்' கவிதையில் வெளிப்படுகிற அகம் என்று அன்பு, பரிவு, காதல், காமம், ஏக்கம், இயலாமை, கோபம் ஆகிய உணர்வுகளை கவிதையாக்கும் கலையின் வழியே கவிஞர் ஷிஹாப் கானம் சமகால அரபிக்கவிதைகளில் நிலைப்பெற்றுள்ளார்.

'கவிதைகளை மொழி பெயர்க்காதே' என்கிற தலைப்பில் அமைந்த கவிதையில் கவிஞர் ஷிஹாப் கானம் கூறுவதுபோல,

'ஒளிரும் நட்சத்திரங்களைத் தேடு
அவை உயரத்தில் இருந்தால்
உறுதியான
உன் இறக்கைகளை அடித்து ஏறு'

என அரபிமொழிக் கவிதைகளைநோக்கி நம்மை அழைக்கிறார்.

மலையுச்சியில் சிறுகச்சிறுகச் சேகரிக்கப்படுகிற தேனடையென உயர்ந்திருக்கும் அரபிமொழி இலக்கியத்தில் கவிஞர் ஷிஹாப் கானம் தம் படைப்புகளை சமகால வாழ்வியலோடு மரபின் தொடர்ச்சியில் இணைசேர்த்துள்ளார். அடர்ந்து நிறைந்திருக்கும் இத்தேனடையிலிருந்து தம் அரிய பெரும்முயற்சியில் சிறு தேன்துளியினை 'உப்பு' என்கிற இந்த மொழிபெயர்ப்புத் தொகுப்பில் ருசிக்கக் கொடுத்துள்ளார் அரபி பேராசிரியர் அ.ஜாகிர் ஹுசைன்.

கவிஞர் ஷிஹாப் கானம் அவர்களுக்கு என் வணக்கங்கள், அரபி பேராசிரியர் அ.ஜாகிர் ஹுசைனுக்கு என்னுடைய வாழ்த்துகள்.

அன்புடன்,
சக்தி ஜோதி.

அய்யம்பாளையம்,
14.10.2022.

முன்னுரை

உணர்வைப் பாதுகாக்கும் உப்பு

கவிதை, சொற்பொழிவு, பழமொழி, கடிதம், தத்துவம், கதைசொல்லல், இசை, கட்டிடக்கலை, எழுத்தோவியம் போன்ற பல்வேறு கலை, இலக்கிய வடிவங்களில் சிறந்து விளங்கினாலும் இஸ்லாத்திற்கு முந்தைய காலம் தொட்டே அரேபியரிடம் கவிதைகளுக்கு முக்கிய இடமுண்டு.

"கவிதை அரேபியரின் ஆவணம்" என கலீஃபா உமர் குறிப்பிட்டுள்ளார்கள்.

"கவிதை சமுதாயத்தின் தராசு" என கலீஃபா அலி அவர்கள் கூறியுள்ளார்கள்.

பிலிப் கே ஹிற்றி அரபுக் கவிதைகளைப் பற்றி பேசும்போது, "உலகில் எந்த பகுதியிலும் இல்லாத அளவுக்கு இலக்கிய வெளிப்பாடுகளுடன் பேசும்போதும் எழுதும்போதும் அரேபியர் கவிதையையே பயன்படுத்தினர்" எனத் தெரிவிக்கிறார்

அன்றைய காலத்தில் அரபு நாடுகளின் பல பகுதிகளில் 'கவிதைச் சந்தை" நடைபெறுவது வழக்கம். இதில் கவிதைப் போட்டி, கவிதைப் பரிமாற்றம் இடம்பெறும். சவூதி அரேபியா, மக்காவிற்கு அருகிலுள்ள "சூக் உக்காழ்" சந்தை மிகவும் புகழ்பெற்றது. இன்றளவும் அரசின் சார்பில் இங்கு கலை நிகழ்ச்சிகள் நடத்தப்பட்டு வருகின்றன.

மக்காவிலுள்ள புனித ஆலயம் கஅபாவில் கவிஞர்கள் போட்டிபோட்டுக்கொண்டு கவிதைகளை எழுதி தொங்கவிடு வார்கள் எனும் குறிப்பு பெரும் வியப்பாக இருக்கிறது. இத்தகையக் கவிதைகள் அரபு இலக்கிய வரலாற்றில் "தொங்குக் கவிதைகள்" என அழைக்கப்படுகின்றன.

இம்ரவுல் கைஸ், தரஃபா இப்னு அல் அப்து, அல் ஹாரித் இப்னு ஹில்லிஸா, ஸுஹைர் இப்னு அபீ சலமா, அமர் இப்னு குல்ஸூம், அந்தரா இப்னு ஷத்தாத், லபீத் இப்னு ரபிஆ ஆகிய கவிஞர்களின் 'ஸப்அ முஅல்லகாத்'

என்று அழைக்கப்படும் ஏழு தொங்குக் கவிதைகள் மிகவும் புகழ்பெற்றவை. இன்றளவும் இவை உலகிலுள்ள பல்வேறு பல்கலைக்கழகங்களின் பாடத்திட்டத்தில் இடம்பெற்றுள்ளன.

நபிகளார் காலத்தில், நபிகளார் முன்னிலையில் கஅபு இப்னு ஸுஹைர் அவர்கள் பாடிய 'பானத் சுஆது' எனும் புகழ்மாலை அரபு இலக்கிய உலகில் முக்கிய இடத்தை வகிக்கிறது.

"உறையிலிருந்து உருவப்பட்ட இறைவனின் வாட்களுக்கு மத்தியில் இறைத்தூதர், இருட்டில் ஒளிப் பாய்ச்சி வழிகாட்டும் இந்திய வாள்" என கவிஞர் கஅபு இப்னு ஸுஹைர் நபிகளாரை இந்திய வாளுக்கு ஒப்பிட்டுப் பாடியபோது பெருமானார் தனது அங்கியைக் கவிஞருக்கு அணிவித்து மரியாதை செய்தார்கள் எனும் குறிப்பு முக்கியத்துவம் வாய்ந்தது.

இவ்வாறு ஒவ்வொரு காலகட்டத்திலும் அரபுலகில் கவிஞர்கள் கொண்டாடப்பட்டு வருகின்றனர். ஆயிரம் ஆண்டுகளுக்கு முன்பு வாழ்ந்த மாபெரும் கவிஞரான அல் முத்தனப்பிக்குக் கிடைத்த மரியாதை இருபதாம் நூற்றாண்டின் தலைசிறந்த அரேபிய கவிஞரான அஹ்மது ஷவ்கிற்கும் (1868–1932) கிடைத்தது.

ஷவ்கியின் கவிதைகள் பத்திரிகைகளின் முன்பக்கங்களில் வெளியிடப்பட்டன. அவரது கவிதைகளை வாசிப்பதற்காக இளைஞர் பட்டாளமே வரிசையில் நின்றது. சமகால கவிஞர்களாலேயே ஷவ்கி அரபுலகின் 'கவிக்கோ' (அமீர் அல் ஷுஅரா) என அழைக்கப்பட்டார்.

1931இல் நடைபெற்ற லண்டன் வட்டமேசை மாநாட்டில் கலந்துகொள்வதற்காக சூயஸ் கால்வாய் வழியாக மகாத்மா காந்தி சென்றபோது அவரை வரவேற்றுப் பாடிய அஹ்மத் ஷவ்கியின் நாற்பது வரிகள் கொண்ட கவிதை எப்போதும் நினைவுகூரத்தக்கது.

ஷவ்கியைப் போன்றே இருபதாம் நூற்றாண்டில் பல சிறந்த அரபுக் கவிஞர்கள் தோன்றியுள்ளார்கள்

அல் மாஸினி (எகிப்து), ஹாஃபிழ் இப்ராஹீம் (எகிப்து), அல் அக்காத் (எகிப்து), ஜிப்ரான் கலீல் ஜிப்ரான் (லபனான்), இலியா அபூ மாழி (லபனான்), மீகாயீல் நுஅய்மா (லபனான்), சமீஹ் அல் காசிம் (பாலஸ்தீனம்), மஹ்மூத் தர்வேஷ் (பாலஸ்தீனம்), நாஸிக் அல் மலாயிகா (இராக்), பதர் ஷாகிர் அல் சய்யாப்

(இராக்), ஃபவ்ஸிய்யா (லிபியா), நிசார் கப்பானி (சிரியா), அதோனிஸ் (சிரியா) ஆகியோர் முக்கியமானவர்கள்.

இந்த வரிசையில் சமகால அரபுக் கவிஞர்களில் தொடர்ந்து சிறப்பாக இயங்கிக்கொண்டிருப்பவர், அமீரகத்தைச் சேர்ந்த கவிஞர் ஷிஹாப் கானம். தனது 82 வயதில் 94 புத்தகங்களை எழுதியுள்ளார். பொறியியல், பொருளாதாரம், நிர்வாகத் துறைகளில் நிபுணரான ஷிஹாப் கானம் இலக்கியத் துறையிலும் அளப்பரிய சாதனைகளைச் செய்துள்ளார்.

இவர் இந்தியாவுடன் நெருக்கமான தொடர்புடையவர். உத்தரகாண்டில் உள்ள மூர்க்கி பல்கலைக்கழகத்தில் நீர்வள மேம்பாட்டுத் துறையில் முதுகலை பட்டம் பெற்றவர். தாகூர், கே.சச்சிதானந்தன், கமலா சுரய்யா உட்பட பல இந்திய ஆளுமைகளின் கவிதைகளை அரபியில் மொழியாக்கம் செய்தவர்.

2013இல் கொல்கத்தாவில் நடைபெற்ற விழாவில் அமைதிக்கான தாகூர் விருது பெற்றார்.

2014இல் கேரள சாகித்ய அகாதெமி இவருக்குப் பாராட்டு விழா நடத்தியது.

சென்ற ஆண்டு ஈரோடு தமிழன்பன் ஐயாவின் 'கனாக் காணும் வினாக்கள்', 'இன்னும் சில வினாக்கள்' ஆகிய இரண்டு கவிதைத் தொகுப்புகளை 'பஅழ் அல் அஸ்யிலா தந்தளிர் அல் இஜாபா' (விடைக்காகக் காத்திருக்கும் சில வினாக்கள்) எனும் தலைப்பில் நான் அரபியில் மொழியாக்கம் செய்தேன். இதற்கான வெளியீட்டுவிழா 5, நவம்பர் 2021 அன்று ஷார்ஜா சர்வதேசப் புத்தகக் காட்சியில் நடைபெற்றது. இதை வெளியிட்டவர் ஷிஹாப் கானம் என்பது குறிப்பிடத்தக்கது.

சமகால அரபு கவிதையுலகில் தனக்கென ஓர் அடையாளத்தை ஏற்படுத்தி இன்றுவரை தொடர்ந்து புதிய படைப்புகளைத் தந்துகொண்டிருக்கும் கவிஞர் ஷிஹாப் கானத்தைத் தமிழுக்கு அறிமுகம் செய்யவேண்டும் என்ற எண்ணத்தில் முதற்கட்டமாக பல்வேறு தொகுப்புகளிருந்து தேர்ந்தெடுக்கப்பட்ட 25 கவிதைகளை 'உப்பு' எனும் தலைப்பில் தமிழ் வாசகர்களுக்கு வழங்குவதில் பெருமகிழ்ச்சி. இந்த 'உப்பு' நம் உணர்வுகள் கெட்டுப்போகாமல் பாதுகாக்கும் உப்பாக அமையும் என்று நம்புகிறேன்.

மூவாயிரம் ஆண்டுகளுக்கு முன்பு தொடங்கிய தமிழர் அரேபியர் வணிக உறவு பின்னர் பண்பாடு, இலக்கியம், தத்துவம் உள்ளிட்ட பல்வேறு தளங்களில் பரந்து விரிந்து வலுப்பெற்றது. இவ்வுறவை மேலும் வளப்படுத்தும் வகையில் தமிழிலும் அரபியிலும் உள்ள தொன்மையான இலக்கியங்களையும் சமகால இலக்கியங்களையும் மொழியாக்கம் செய்துவருகிறேன். அவ்வரிசையில் அரபியிலிருந்து நேரடியாக தமிழில் மொழியாக்கம் செய்யப்படும் சமகால அரபுக் கவிஞர் ஒருவரின் முதல் கவிதைத்தொகுப்பு இது என்பது கூடுதல் சிறப்பு.

இந்நூலை வெளியிட அனுமதியளித்த கவிஞர் ஷிஹாப் கானம் அவர்களுக்கு என் இதயம் நிறைந்த நன்றி. இத்தொகுப்பிற்கு சிறப்பானதோர் அணிந்துரை வழங்கிய கவிஞர் சக்தி ஜோதி அவர்களுக்கு நெஞ்சம் நிறைந்த நன்றி. மெய்ப்புத் திருத்திய நண்பர் எஸ்.ஜே. சிவசங்கர், ஆலோசனைகள் வழங்கிய நண்பர் நட. சிவகுமார், நேர்த்தியாக அட்டைப்படத்தை வடிவமைத்த நண்பர் லார்க் பாஸ்கரன் ஆகியோருக்கு நன்றியும் அன்பும்.

குறுகிய காலத்தில் இந்நூலை மிக அழகாக வடிவமைத்துப் பதிப்பித்திருக்கும் 'டிஸ்கவரி பப்ளிகேஷன்ஸ்' பதிப்பகத்திற்கு மனமார்ந்த நன்றி.

– அ.ஜாகிர் ஹுசைன்

சென்னை,
01.10.2022.

பொருளடக்கம்

1. மரம் — 16
2. அவள் கூறினாள் — 19
3. ஒட்டுக்கேட்கும் நிழல் — 21
4. பைகள் — 24
5. அலைகள் — 26
6. உப்பு — 30
7. பாபிலோனின் மதுக்கிண்ணம் — 32
8. கல்லறைகள் — 37
9. ஹிரோஷிமா — 41
10. வாசல்கள் — 47
11. கவிதை மகள் — 50
12. ஏரிக்கரையோரம் — 54
13. நான் நீ — 57
14. முட்களில்லாத ரோஜா — 58
15. பூமி — 60
16. கவிதையை மொழிபெயர்க்காதே — 62
17. உயிரோடு உரையாடு — 64
18. ஜீனியின் ஜாடி — 67
19. உண்மையின் விழிகள் — 70
20. உன் கண்கள் — 73
21. அதிசய காலம் — 75
22. தீக்கங்கு — 76
23. ஆம் இல்லை — 77
24. வார்த்தை — 78
25. பக்பூக் — 79

மரம்

களைப்புற்ற ஒருவன்
என் நிழலில்
ஒதுங்குகிறான்
கண்களை மூடி உறங்குகிறான்
கனவில் மூழ்கிறான்
எங்கும்
அமைதி
இருள்

கிழக்கில்
செந்நிற கயிறொன்று தெரிகிறது
பறவைகள்
என் கிளைகளில் தஞ்சமடைந்து
பாடுகின்றன
என் இலைகள்
தென்றலில்
அசைந்தாடுகின்றன
இசையுடன்
இதமான வாசனை கலந்து
மணம் வீசுகிறது

இப்போது
புத்துணர்வுப் பெற்ற முகம்
மெதுவாக கண்களைத் திறக்கின்றது
முட்டை
குஞ்சு பொரிப்பதைப் போல

அதன் இமைகளின் ஓரங்களிருந்து
மகிழ்ச்சி வழிந்தோடுகிறது
புன்னகை
தன் இறக்கைகளை விரித்து
உதடுகளில் படர்ந்திருக்கிறது

என் கிளைகளில்
ஓர் இலை கூட மிஞ்சாமல்
எல்லா இலைகளும்
காய்ந்து உதிரும் வேளையில்
நீளமான என் நிழல்
என்னை விட்டுப்
பிரியும் நேரத்தில்
விறகுவெட்டிகள்
என் காலை வெட்டுவார்கள்
ஆனாலும்

பூங்காவில்
காதலர்களை அரவணைக்கும்
இருக்கையாக மாறுவேன்
அல்லது
அதிகாலைப்பொழுதில்
சூரிய கதிர்கள் வழிந்தோடும்
சாளரமாக ஆவேன்
அல்லது
என் உடம்பிலிருந்து செய்யப்படும்
காகிதமாக உருவெடுப்பேன்
அதில்
காதல் கவிதைகளோ
காதல் கடிதங்களோ எழுதப்படலாம்
அல்லது
அடுப்பெரிக்க
அடுப்பின் விறகாக வந்து
தீ மூட்டிக்கொண்டேயிருப்பேன்

நான் அழியும்
கடைசி வினாடியில்கூட
புதிய படைப்பாக
பிறக்கும்
உணர்வு
எனக்கு.
O

அவள் கூறினாள்

நீ படைப்பது
கவிதை அல்ல
அது
நீ நெய்யும்
மந்திரச் சொற்கள்

நீ
இசைக்கும்போதெல்லாம்
பறவைகளால்
நிரம்புகின்றன
மரங்கள்

பூவை
வரையும்போதெல்லாம்
மணம் வீசுகின்றன
வீதிகள்

கதிரின் தோலை
அகற்றும்போதெல்லாம்
அடிவானத்தில்
ஒளிர்கிறது
நிலா

நீ படைப்பது
கவிதை அல்ல
அது
நீ புகட்டும்
மது

மது
போதைதான்
ஆனால் அது
தள்ளாடி விழுந்தவனை
மன்னனாக்கும்

நீ
கவிதையை
முணுமுணுக்கும்போது
அதனால்தான்
போதையில்
தள்ளாடுகிறது
ஆன்மா.
○

ஒட்டுக்கேட்கும் நிழல்

நான்
அழ நினைக்கிறேன்
பயம்தான்
என்னைத் தடுக்கிறது
பெருமை அல்ல

என் நெஞ்சில்
மலைபோல்
குவிந்துள்ளன
துயரங்கள்

கேள்விகேட்க நினைக்கிறேன்
முடியாது
ஒவ்வொரு வார்த்தையையும்
ஒட்டுக்கேட்கிறது
நிழல்

என் உயிரின் மாமிசத்தில்
நரம்புகள் சிதைந்துவிட்டன
மூச்சுத்திணறி
மரணத்தின் விளிம்பில் நிற்கிறேன்
கொஞ்சம் காற்று கிடைக்குமா
அசுத்தமாக இருந்தாலும்
பரவாயில்லை
நான் சுவாசிக்க
சுதந்திரமாக நடமாட
தேடுகிறேன்
காற்றை

ஒரு நொடியாவது
அமைதியாக வாழவேண்டும்
இடிபாடுகளுக்கிடையே
பிறக்கும்
ஒளியைக்
கனவில் காணவேண்டும்

அவ்வொளி
வெள்ளப்பெருக்காய் மாறி
என்னைச் சுற்றியுள்ள
இருள் திரைகளை
அடித்துச் செல்லவேண்டும்

இருளில்
என்னைச் சுற்றிலும்
சிரிப்பொலி

ஒரு நொடியாவது
பாதுகாப்பாக இருக்க வேண்டும்
காலம் என்னை வெறுக்கிறது
என் எலும்புகளுக்கிடையே
உறுதியாக பதிந்திருக்கிறது

எங்காவது
ஓடவேண்டும்
ஆனால் அது
கானலின்
அலையைப் போன்றது
பறந்துகொண்டிருக்கும்
கழுகின் இறக்கையைவிட
கடினமானது
அவர்கள்
ஆயிரத்தொரு வாசல்களையும்
அடைத்துவிட்டார்கள்

தப்பிக்க நினைக்கிறேன்
என்ன வழி?
ஒவ்வொரு மூலையிலும்
கொல்லப்பட்டவர்களின்
சடலங்கள்

நினைக்கிறேன்
ஆனால்... ஆனால்... ஆனால்...

குண்டு மழை
என்னைச் சிதைத்தாலும்
வேண்டும்
எனக்கு
விடுதலை.
O

பைகள்

மனிதர்கள்
பைகளைப் போன்றவர்கள்
கைகள், கால்கள், தலை உடைய
பைகள்

மனிதர்கள்
பைகளைப் போன்றவர்கள்
கண்கள், காதுகள், உணர்வுடைய
பைகள்

அழகான பெண்
அழகற்ற பெண்
இருவரின் தோல்களையும்
உரித்துப்பாருங்கள்
அவ்விருவரும்
கொடூரமான தோற்றத்தில்
உங்கள் முன்னால்
நிற்பார்கள்

வெள்ளை நிற ஆண்
கருப்பு நிற ஆண்
இருவரின் தோல்களையும்
உரித்துப்பாருங்கள்
அவ்விருவரின்
உருவங்களும்
ஒரேமாதிரியாக இருக்கும்

அப்படியானால்
மனிதர்களுக்கிடையே
என்ன வேறுபாடு?
அல்லது
பைகளுக்கிடையில்தான்
என்ன வித்தியாசம்?
உயிர், அறிவு, உணர்வு
இவைதான் வேறுபாடு

ஆனால்
மனிதர்கள்
திவாலாகிவிட்டார்கள்
எப்போதும்
பைகளுக்குப் பின்னால்
ஓடிக்கொண்டிருக்கிறார்கள்.
O

அலைகள்

அதோ
ஓர் அலை
வருகிறது... செல்கிறது
நண்பா!
உலகமும்
அப்படித்தான்
மாறிக்கொண்டேயிருக்கும்
வாழ்க்கை
கடினமானதாக இருந்தால்
கலங்காதே
கவலைப்படாதே
கவலையை மறந்து சிரி
எனக்காக
கொஞ்சம் சிரி
அட...
உன் சிரிப்பு
எவ்வளவு அழகானது!

அதோ
ஓர் அலை
துள்ளிக்குதித்து
விளையாடுகிறது
அது வரும்... செல்லும்...
மீண்டும் வரும்... செல்லும்...
இன்று
துன்பம் வந்தால்
நாளை
இன்பம் வரலாம்
இன்று
இன்பம் வந்தால்
ஏமாந்துவிடாதே
நாளை
துன்பம் வரலாம்
எதற்காக
நாம் வருந்தவேண்டும்?

நண்பா!
என் இசையே!
என் மணமே!
தேன் கலந்த
காதல் கோப்பையை
என்னிடம் தா
தாகமாக இருக்கிறது
அதைப் பருகவேண்டும்
இன்றைக்குப் பிறகு
அக்கோப்பையை
வெறும் கோப்பையாக
ஆக்கிவிடாதே

உலகம்
சில நேரம் இனிக்கும்
சில நேரம் கசக்கும்
நாம் ஏன்
நம்பிக்கை இழக்கவேண்டும்?

நண்பா!
நிலவின் சகோதரனே!
அழகே!
காதல் கோப்பை
நிரம்பி வழியட்டும்
நாம் அருந்துவோம்
நீண்ட துயரத்தை
மூழ்கடிப்போம்
இப்போது
வாழ்க்கையை
அனுபவிக்கவில்லையென்றால்
எப்போது
அனுபவிப்போம்?

அதோ
ஓர் அலை
விளையாடுகிறது...
சீறுகிறது...
அதோ
சில அலைகள்
ஆர்ப்பரிக்கின்றன
அவற்றையும்
வரவேற்போம்

என் இமைகளில்
உன் கற்பனை
உறங்கினால்
என் இதயத்தில்
காதல் துடித்தால்
உன் இதயம்
காதலால் படபடத்தால்
ஒருநாளும்
நம் காதல் மூழ்காது
நமக்கிடையே
அலைகள் குறுக்கே வந்தால்
ஒருநாள்
அவை வற்றிவிடும்
நம் இதயங்களில்
காதல் கீதம் மட்டும்
ஒலித்துக்கொண்டேயிருக்கும்.
O

உப்பு

நான் அறிவேன்
நீ என்னுடன்
சண்டையிடக் காரணம்
என் கவிதைச் சுரங்கம்

நீ என்னைத்
துன்புறுத்தக் காரணம்
என் உள்ளத்தில்
குவிந்துகிடக்கும்
கவிதைகள்

என் இதயம்
உணர்ச்சியால் வழிகிறது
புதியவற்றைப் படைக்கிறேன்
இனிமையான
மெல்லிசைப் பாடல்களை
இசைக்கிறேன்
கவிதை தேவதைகள்
நெருப்பு நாக்குகளால்
பாடுகிறார்கள்

கவிதைகளால்
என்ன பயன்?
வாழ்நாள் முழுவதும்
வலிகளுடன் வாழ்வதால்

ஒருநாள்கூட
உன் கோப்பையிலிருந்து
தேனருந்தாவிட்டால்

நான் அறிவேன்
கொஞ்சம்
வெறுப்பும் சண்டையும்
உணவில்
உப்பைப் போன்றவை
ஆனால்
ஒவ்வொரு நாளும்
பகலிலும் இரவிலும்
உப்பைத் தவிர
எதையும் சுவைக்காமால்
மனிதனால்
எப்படி வாழ முடியும்?

என் கவிதைகள்,
எழுதுகோல், காகிதம், மை
எல்லாவற்றையும்
தந்துவிடுகிறேன்

வெறுப்பெனும்
அநீதியை மட்டும்
என்னிடமிருந்து
அப்புறப்படுத்துங்கள்.
○

பாபிலோனின் மதுக்கிண்ணம்

இடைவிடாமால்
தேடிக்கொண்டேயிருக்கிறேன்
குறுகலான
என் பாதை
தொலைந்துகொண்டேயிருக்கிறது
உலகின்
ஒவ்வொரு மூலைமுடுக்கிலும்
தேடுகிறேன்

சில நேரம்
கிழக்கின் கடைக்கோடியில்
பாய்மரத் துணியை
மடித்துவைக்கிறேன்
சில நேரம்
மேற்கின் கடைக்கோடியில்
நடந்துசெல்கிறேன்
சில நேரம்
தெற்கில் பயணித்துத்
தரையிறங்குகிறேன்

சில நேரம்
உச்சி வெயிலின்
ஈட்டிகளுக்குக் கீழே
என் கண்ணெதிரில்
மணல் குன்றுகள்
இறந்துபோவதைப் பார்க்கிறேன்
சில நேரம்
வடக்குத் திசையில்
சூரிய கதிர்களுக்கடியில்
புற்களின்மேல்
அமர்ந்திருக்கிறேன்
சில நேரம்
தேவதாரு காட்டில்
மலைகளுக்கு மேல்
சுற்றித்திரிகிறேன்
நறுமணமிக்கக்
காற்றை உண்கிறேன்
மரத்தடியில்
சாய்ந்துகொள்கிறேன்
இலைகளின்
நிழல்களுக்கிடையே
தங்க நாணயங்களைப் போன்ற
கதிர்களைப் பாய்ச்சும் சூரியனை
கண் இமைக்காமல்
பார்த்துக்கொண்டிருக்கிறேன்
சூரியன்
எண்ணையின்மேல்
ஆயிரமாயிரம் வண்ணங்களில்
அழகான ஓவியங்களை
வரைகின்றது
அப்போது
உன் அழகையும் ஒளியையும்
நினைத்துப் பார்க்கிறேன்

சில நேரம்
ஏரிக்கரையில் அமர்ந்து
தண்ணீரில் கல்லெறிகிறேன்
அப்போது
பெரிய பெரிய
வட்டங்கள் பிறக்கின்றன
ஆனால் அவை
சந்தித்துக்கொள்வதில்லை
அவற்றை
உற்றுப் பார்த்துக்கொண்டிருக்கிறேன்
இப்படித்தான்
நாமும் பெரியவர்களாக வளர்வோம்
வயது சென்றுகொண்டேயிருக்கும்
ஆனால்
நாம் சந்திக்கமாட்டோம்
இப்படித்தான்
ஒவ்வொரு நாளும்
வயதானவர்களாக
மாறிக்கொண்டேயிருப்போம்
ஒருநாள்
அழிந்துவிடுவோம்

என் உயிரின் சுவையே
என்னை மயக்கும்
என் இதயத்தில் ஒளிந்திருக்கும்
மென்மையான உலகமே
மணம்வீசும்
அழகிய ரோஜாவே
இதுவரை
யாரும் பாடாத
இனியும் பாடமுடியாத
நான் மட்டும்
பாடிய கவிதையின்
சிறந்த வரியில்

ஒளிந்திருக்கும் இரகசியமே
அழகின் அர்த்த ஊற்றே
பாபிலோனின் மதுக்கிண்ணமே
கருமேகத்திற்கப்பால்
மறைந்திருக்கும்
பிரகாசமான
அபூர்வ நட்சத்திரமே
என்னிடம் மென்மையாக இரு
அன்பாக பழகு
கடுமையாக நடந்துகொள்ளாதே

தேடல் எப்போது முடியும்?
இந்தப் பாதையில் நடந்து
களைத்துவிட்டேன்
சோர்ந்துவிட்டேன்
நீ மட்டும்
எப்படி சோர்வில்லாமல் இருக்கிறாய்?
என் வாழ்க்கையே
எப்போது நாம் இணைவோம்?
நேற்று
அடர்ந்த மரங்களின் நிழலில்
உன்னை நினைத்துத்
தனியாக அமர்ந்திருந்தேன்
என் கற்பனை
வேகமாக ஓடிக்கொண்டிருந்தது
ஒரு கேள்வி மட்டும்
மீண்டும் மீண்டும்
என் சிந்தனையைத்
தட்டியெழுப்பிக்கொண்டேயிருக்கிறது

நான் உன்னைப் பற்றி
சிந்தித்துக்கொண்டிருக்கிறேன்
என் கனவின் எல்லை நீதான் என்று
முடிவுசெய்துவிட்டேன்

எனக்கு நெருக்கமானவனும் நீதான்
தூரமானவனும் நீதான்

உன்னை நினைத்து
யோசித்துக்கொண்டிருந்த வேளையில்
என் உயிரை
ஆழமாக... மிக ஆழமாகத்
தோண்டிய நேரத்தில்
ஓர் உண்மையைப்
புரிந்துகொண்டேன்
இத்தனை நாட்களாக
கிடைக்காத ஒன்றைத்
தேடியிருக்கிறேன்
உன்னிடம் தேடியது
எனக்குக் கிடைக்காது
ஏனெனில்
நீ
வெறும் கற்பனை
கற்பனையின்
உடைந்த துண்டுகள்.
○

கல்லறைகள்

இறைமறுப்பாளர் ஒருவரின் உடல்
எடுத்துச் செல்லப்பட்டது
நபிகளாரும் தோழர்களும்
எழுந்து நின்றார்கள்
மரணம்
புனிதமானது
மரியாதைக்குரியது

மரணத்திற்கும்
கருவிகள் உண்டு
நேரம் நெருங்கிவிட்ட
ஆயிரக்கணக்கான தலைகளுக்கு
இனி பிரச்சினை இல்லை
அவர்கள் மரண தண்டனை
இயந்திரத்தைக்
கண்டுபிடித்துவிட்டார்கள்
ஒவ்வொரு முறை
ரோபஸ்பியர்*
கண்ணசைக்கும்போதும்
தலை பறக்கும்
கூட்டம் சிரிக்கும்
விசில் வானைப் பிளக்கும்

ஒரு இளவரசரின் தலை
சிரிப்பொலி... ஆராவாரம்... விசில்...
ஒரு சிறுவனின் தலை
சிரிப்பொலி... ஆராவாரம்... விசில்...

---

* ரோபஸ்பியர் (1758-1794) 1789 பிரெஞ்சுப் புரட்சியில் முக்கியப் பங்காற்றியவர்.

திடீரென ஒரு நாள்
எங்கும் பரபரப்பு

எங்கும் கல்லறைகள்
புரட்சி!
பாஸ்டில் சிறை வீழ்ந்தது
விடுதலை!
கில்லட்டின் இயந்திரம்
கீழே சாய்ந்தது
சகோதரத்துவம்!
கில்லட்டின் விழட்டும்
சமத்துவம் எழட்டும்!
அதோ அங்கே
ஒரு தலை பறக்கிறது
யாருடைய தலை
ரோபஸ்பியரின் தலை!

கொசோவோ எங்கும் கல்லறைகள்
அங்கே நினைவுக் கற்கள் இல்லை
செர்பியாவின் அடிக்குப் பயந்து
இப்போது அவற்றை
நீ தோண்டிக்கொண்டிருக்கிறாய்
சற்று நேரத்தில்
நாள்கணக்கில்
ஒரு கவளம்
உணவைக்கூட உண்ணாமல்
மெலிந்தபோன
ஆயிரம் உடல்களுடன்
உனது உடலும்
பிணக்குவியலில் கிடக்கும்
சாட்சி இருக்காது!
அருகில்
எயிட்ஸிலிருந்து தப்பிக்கப்
பயன்படுத்தப்பட்ட காண்டங்கள்
தரையெங்கும்
சிதறிக்கிடக்கின்றன

இதோ
ஓர் இளைஞனின் சடலம்
மரணதண்டனை
நிறைவேற்றப்படும் முன்
பலாத்காரம் செய்யப்பட்ட
ஓர் இளம் வயது
பெண்ணின் சடலம்
மரணத்திடம்
இழுத்துவரப்படுவதற்கு முன்
சிதைக்கப்பட்ட
வயது முதிர்ந்த
ஆண், பெண்ணின் சடலங்கள்
கிழித்தெறியப்பட்டு எரிக்கப்பட்ட
சிறுவன், சிறுமியின் சடலங்கள்
எவ்வளவு கொடூரமானக் காட்சி?
உலகம் பார்த்துக்கொண்டிருக்கிறது!
கொசோவோ எங்கும் கல்லறைகள்
இந்த நூற்றாண்டு
தன் இறுதி மூச்சை இழுத்து
விட்டுக்கொண்டிருக்கிறது
கணினி, அணுசக்தியின் நூற்றாண்டு
சந்திரனில் கால் பதித்த நூற்றாண்டு

என்னவொரு அறியாமை!
மனிதனின் நினைவில்
இரண்டு உலகப்போர்களின்
அடையாளம்
ஒரு துளிகூட
இல்லாமல் போனது எப்படி?

மனிதா!
என்னவொரு அறியாமை!
இல்லை இல்லை
என்னவொரு வக்கிரம்!
○

ஹிரோஷிமா

(தத்துவமேதை கவிஞர் டைசாகு இகோடாவிற்குச் சமர்ப்பணம்)

நாம் இவ்வுலகிற்கு
வருகிறோம்
செல்கிறோம்
செல்லும்போது
நல்லதை அல்லது கெட்டதை
விட்டுவிட்டுச் செல்கிறோம்
மணம் வீசும்
நற்பண்புகள் உடையவர்களுக்கு
வாழ்த்துகள்!
வாழ்க்கையைப் பாழாக்கியவர்களுக்கு
அனுதாபங்கள்!

பழைய ஹிரோஷிமாவின்
மிச்சத்தைப் பார்த்து
அதிர்ந்துபோனேன்
பேரழிவை விவரிப்பது
கடினம்தான்
ஒப்பிடமுடியாத பேரிழப்பு
செங்கற்கள் உருகிக் கிடந்தன
நொடிப் பொழுதில்
உடல்கள் ஆவியாகிப் போயின
தொலைவில் உள்ளவர்கள்

மெழுகாய் உருகிவிட்டார்கள்
வெகுதொலைவில் இருந்தவர்கள்
கதிர்வீச்சில் சிக்கி
வாழ்க்கையைக்
கொஞ்சம் கொஞ்சமாக
தொலைத்தார்கள்
பாதிக்கப்பட்டவர்களில்
அநேகம் பேர்
சிறுவர்கள் முதியவர்கள்
வீரர்கள் போரிட்டிக்கொண்டிருந்தார்கள்
சில நொடிகளில்
பல லட்சம் பேர் பலி
ஹிரோஷிமாவும் நாகசாகியும்
உயிருடன் எரிந்து சாம்பலானது

பெரும் சேதத்தை ஏற்படுத்த
குறிப்பிட்ட உயரத்திலிருந்து
குண்டுகள் வீசப்பட்டன
எரிமலையின் சீற்றத்தைவிட
தீவிரமான
மில்லியன் சென்றிகிரேடு வெப்பம்

இறைவனின் நெருப்பை ...
நரக நெருப்பை
நினைத்துப் பார்த்தேன்
நரகத்தில்
ஒரு பந்தைப் போல
உருண்டோடும்
ஒரு பாவி
எப்படித் துடியாய்த் துடிப்பான்

தோல் கருக கருக
புதிய தோல் முளைக்கும்
தப்பிக்க முடியாத
நிரந்தர நரக வேதனை
நெருப்பால்
எவரையும் தண்டிக்கக்கூடாது என்பது
இறைவன் கட்டளை
ஆனால் மனிதர்கள்
அதை மீறுகிறார்கள்

சகோதரர் டைசாகு!
நீங்கள் சோர்வின்றி
சமாதானக் கொடியைக்
கையிலேந்தி
இரண்டு தலைமுறைகள்
வாழ்ந்துவிட்டீர்கள்
பல போர்களோடும்
வீரர்களோடும்
போராடியிருக்குறீர்கள்
பேரழிவு ஆயுதங்களையும்
பேரிழப்புகளையும்
சந்தித்துள்ளீர்கள்
சர்வாதிகார ஆட்சியால்
அடக்குமுறையால்
மக்களை அடிமைப்படுத்துவதை
எதிர்த்து நின்றிருக்குறீர்கள்
உயர்ந்த நோக்கத்திற்காக
மக்களைத் தூண்டும் கவிதைளைப்
படைத்திருக்குறீர்கள்

புதுமையான அழகான
ஓவியங்களை வரைந்துள்ளீர்கள்
பண்பாட்டு மாளிகைகளை
எழுப்பியுள்ளீர்கள்
அவை அழகு, இசை,
கலை வடிவங்கள் நிறைந்தவை
பல இடங்களில்
உயர்தர கல்விநிலையங்களை
நிறுவியுள்ளீர்கள்

மனிதனின் தேவை
கல்வி
மனித மேம்பாட்டின் அடிப்படை
கல்வி, கலை,
அறிவியல், நற்பண்பு
நீங்கள்
ஒரு தத்துவ மேதை, கவிஞர்
தலைமைப் பண்பில்
ஆகாயத்து நிலாவைப் போன்றவர்கள்
உங்களைப் பார்த்து
வியந்தவர்களின் உள்ளங்களை
ஒருங்கிணைத்துவிட்டீர்கள்
அதனால்
'சென்செய் ஆசான்' என்று
அழைக்கப்படுகிறீர்கள்

ஹிரோஷிமா
இழந்த புகழை மீட்டெடுத்ததை
நான் பார்த்துவிட்டேன்
ஒளியால் பிரகாசிக்கும்
அழகிய நகரம்

காமகுரா, டோக்கியோ,
ஷிகோகு நகரங்களின்
அமைப்பும் அழகும்
என் கண்களில் மின்னுகின்றன
கியோட்டோ நகரம்
அழகில்
நகரங்களின் அரசி
அழகு போட்டிகளில்
எல்லா கோப்பைகளையும்
அள்ளிச் செல்லும் அழகு
நான் பார்த்த நாடுகளில்
அழகான வடிவமைப்பில்
ஜப்பான் முன்மாதிரி
நேர்த்தியாக வெட்டப்பட்ட மரங்கள்
குனிந்து குனிந்து வரவேற்கும்
பண்பாடுடைய மக்கள்
அவர்கள்
அழகான பண்புகளால்
பளிச்சிடுகிறார்கள்
உண்மையில்
நல்ல பண்புகள்
ஒரு மனிதனை
உயரத்திற்கு
அழைத்துச் செல்லும்

புஜி மலையைப் பார்த்தேன்
ஒளிவீசும் அழகான
பிரமாண்டமான மலை
அதிலிருந்துதான் ஜப்பானியர்கள்
தங்கள் பண்புகளை
உறிஞ்சு எடுக்கிறார்கள்

சகோதரர் டைசாகு!
வெளிப்படையாக சொல்வதென்றால்
உங்கள் அழகான உபசரிப்பை
மிகவும் ருசித்தேன்
ஆயிரம் நன்றிகள்!
உங்கள் உதவியாளர்கள்
என் குழுவினரை
எவ்வளவு சிறப்பாக
வரவேற்றார்கள்
உதவினார்கள் தெரியுமா!
நான் உண்டதையே
அவர்களும் உண்டார்கள்
எனக்குக் கிடைத்த
மிகப்பெரும் மரியாதை இது
இறைவேதத்தைப் பற்றி பேச
எனக்கும் என் மகனுக்கும்
வாய்ப்பளித்தமைக்கு நன்றி

உண்மையைக் கண்டறிவதுதான்
நம் நோக்கம்
தத்துவக் கல்வி வளாகத்தில்
நமக்கிடையே நடந்த விவாதம்
ஆழமாகவும்
ஆரோக்கியமாகும் அமைந்தது
இறுதியாக
ஓர் உண்மையான
வார்த்தையை நோக்கி
நாம் நகர்வோம்
நாம் அனைவரும்
சத்தியத்தைத் தேடுகிறோம்
சத்தியமே வெல்லும்.
○

வாசல்கள்

ஒருவேளை
மீண்டும்
என் வாழ்க்கையை
தொடக்கத்திலிருந்து வாழ
வாய்ப்புக் கிடைத்திருந்தால்
பலவற்றைச் செய்திருப்பேன்
செய்து முடித்திருப்பேன்
பலவற்றைத் தவிர்த்திருப்பேன்
தவிர்த்துச் சென்றிருப்பேன்
ஆனால்
தொலைந்துபோன
கடந்த காலம்
மீண்டும் வருமா?
அல்லது
நதி
மேல்நோக்கி ஓடுமா?

சில பிரபலங்கள்
ஊடகங்களுக்கு அளித்த
பேட்டியை நினைத்தால்
சிரிப்பு வருகிறது
ஒருவேளை
மீண்டும்
புதிய வாழ்க்கை வாழ
வாய்ப்புக் கிடைத்தால்
என்ன செய்வீர்கள் என்ற கேள்விக்கு
சிறிதளவும் மாற்றமின்றி
அவர்கள்

வாழ்ந்த வாழ்க்கையை
மீண்டும் வாழ்வோம் என்கிறார்கள்
இது
மோசடியா?
அல்லது
ஏமாற்று வேலையா?

ஒருவேளை
என் வாழ்க்கைக்கு
தூய்மையான
புதிய பக்கம்
கிடைத்திருந்தால்
என் வாழ்க்கையின்
மிக அழகானவற்றை
என் நம்பிக்கையை
காதலை
சில கவிதைகளை
அதில் வரைந்திருப்பேன்

பின்னர்
இறைவனின் அனுமதியுடன்
அவற்றிலிருந்து
என்னை வெளியேற்ற
அவனிடம் வேண்டியிருப்பேன்
மீண்டும்
என் தவறுகளின் பட்டியலை
அப்பக்கத்தின் ஓரத்தில்
எழுதியிருப்பேன்

ஒவ்வொரு நிமிடமும்
நான்
நல்லவனாக வாழவேண்டும்
ஆகையால்
அவற்றிலிருந்து
எதையும்
எனக்குத் தெரிவிக்காதே என்று
இறைவனிடம்
கெஞ்சியிருப்பேன்

ஒருவேளை
நான்...
"ஒருவேளை"
இவ்வார்த்தை
சாத்தானின் கதவைத் திறக்கும்
திறவுகோல்

என்னால்
இறைவனிடம்
பாவமன்னிப்புக் கேட்கமுடியும்
கருணையின், மன்னிப்பின்
வாசல்களைத் திறக்க
அவனிடம் மன்றாடுவேன்
எண்ணிலடங்கா அருளுக்காக
அவன் புகழ்பாடுவேன்
பாவங்களற்ற தூய்மையான
என் வாழ்க்கையின்
புதிய பக்கத்தை
அவனிடம் யாசிப்பேன்
அது ஒளியால்
அருளால் ஒளிரும்.
⊙

கவிதை மகள்

வாழ்க்கைத் துணையே!
எனக்குத்
தைரியத்தைக் கற்றுக்கொடு
நான் அதிர்ச்சியில் இருக்கிறேன்
பிரியமானவர்களை
நம்மிடமிருந்து
பிரித்துவிடுகிறது
மரணம்

நான்தான் முதலில் செல்வேன் என்று
நினைத்துக்கொண்டிருந்தேன்
அந்த நம்பிக்கை
நிறைவேறவில்லை
மரண அம்புகள்
இறைவனின் கைகளில்
அவன் எண்ணப்படி
அவை நம்மைத் தாக்கும்
ஆதலால்
இன்பத்திலும் துன்பத்திலும்
இறைவனைத் துதிப்போம்

சோதனைக்காகப்
படைக்கப்பட்ட
தற்காலிக உயிரினங்கள்
நாம்
ஆதலால்
கதவுகளின் சட்டங்களைத் தொட
முயற்சிப்போம்
சோதனையில்
தோல்வியடைந்தால்
சபிக்கின்றோம்

துன்பத்திலிருந்து
இறைவன் நம்மைக் காப்பானாக
வாழ்க்கையில்
தடுமாறியவர்கள்
சொல்வது போல்
வாழ்க்கை
வீணோ, மாயையோ
கானலோ அல்ல
ஒருநாள்
இவ்வுண்மையை
அவர்கள் உணர்வார்கள்
என்ன செய்வது
காலம் கடந்துபிறகுதான்
விசாரணைக்கு
அழைக்கப்படுகிறோம்

வாழ்க்கை
ஒரு சோதனைக் களம்
மரணம்
நம்மில் எவரை
அழைத்தாலும்
இணங்குகிறோம்
இவற்றை
நான் அறிவேன்
சந்தேகம் இல்லை
என் மனம்
உறுதியாகவே இருக்கிறது
ஆனால்
பிரிவின் அதிர்ச்சி
பெரு நெருப்பு
அதை அணைக்க
இறைவனை வேண்டுகிறேன்

நாங்கள்
அரை நூற்றாண்டுக் காலம்
ஒன்றாக வாழ்ந்தோம்
பல நேரம்
அமிர்தத்தை அருந்தியிருக்கிறோம்
சில நேரம்
கசப்பான பானங்களையும்
பருகியிருக்கிறோம்

கவிதை மகளே!
நீ
என் கவிதையின் ஊற்று
இத்தனை ஆண்டுகளாய்
என் கவிதை
உனக்குள்ளேயே
ஓடிக்கொண்டிருக்கிறது
அன்பு, காதல், காமம்,
ஏக்கம், கோபம்
இவற்றின் கலவைதான்
என் கவிதை

ஐம்பதுக்கும் அதிகமான
கவிதைகளில்
"என் காதலின் அர்த்தம்'
அழகால் நிரம்பியிருக்கிறது
என் காதலுடன் ஒப்பிட்டால்
கைஸ், ரோமியோவின் காதல்
வெறும் மூடுபனி
ஒவ்வொரு நாளும்
உண்மையான அன்பைச்
நாங்கள் சுவைத்தோம்
புனித உறவால்
குழந்தைகளைப் பெற்றோம்

அன்பு, பொருத்தம், புரிதல்
இவையாவும்
எங்கள் வாழ்வில்
மணம் வீசிக்கொண்டிருந்தன
என் மறைவிற்குப் பிறகு
உன்னைப் பற்றி
நான் எழுதிய கவிதைகளை
நீ பாடிக்கொண்டே இருப்பாய் என்று
நம்பியிருந்தேன்
"அவர் மென்மையான காதலன்,
நல்ல தந்தை,
விண்கல்" என
என்னைப்பற்றி கூறுவாய் என்று
எதிர்ப்பார்த்திருந்தேன்

என் பயணத் தோழியே
நாம் மண்ணிலிருந்து வந்தோம்
மண்ணுக்கே திரும்புகிறோம்
மீண்டும்
சொர்க்கத்தில் சந்திப்போம்
உறவினர்கள், நண்பர்கள்
அனைவரையும்
அங்கே சந்திப்போம்
மரணம், கவலை,
துயரம் எதுவுமற்ற
இன்பம் நிறைந்த நாளில்
சந்திப்போம்
பாவங்கள் அனைத்திற்கும்
மன்னிப்புக் கோரி
இறைவனின் பரிசைப் பெறுவோம்.
O

ஏரிக்கரையோரம்
(மகன் வஜ்திற்கு)

என் வாகனம்
ஒவ்வொரு முறை
ஏரியைக் கடக்கும்போதும்
வாத்துகள்
தண்ணீரில் நீந்துவதை
பூக்களுக்கு நடுவே
குழந்தைகள் ஊஞ்சலாடுவதை
புல்தரையில் ஓடி மகிழ்வதைப்
பார்ப்பேன்
அப்போது
ஒருவித உணர்வும் ஏக்கமும்
என்னை ஆக்கிரமிக்கும்
நினைவுச் சுருள்
மீண்டும் மீண்டும்
என் கண்முன் ஓடும்
எல்லாத் திசைகளிலும்
மகிழ்ச்சித் ததும்பும்
உன் முகம் தெரியும்
உனது சிறு கரங்களில்

நிறைந்திருக்கும்
ரொட்டித் துண்டுகளை
தண்ணீரில் வீசும்போது
அவற்றைப் பிடிக்க
வாத்துகள்
வேகமாகச் செல்லும்

அப்போது
உன் இனிமையான
பிஞ்சுக் குரலால்
உற்சாகத்துடன்
"பக் பக் .... குவாக் குவாக்
பக் பக் .... குவாக் குவாக்" என
செல்லமாக அழைப்பாய்
பறவைகளின்
மொழியைப்போல
உன் உதடுகளிலிருந்து
புறப்படும்
புரியாத வார்த்தைகளின்
எதிரொலி
ஆனந்தமாய் கேட்கும்

திடீரென வேகமாக
வாத்துகளைப் பார்த்துக்
குதூகலித்து
ஏரியை நோக்கி
ஓடுகிறாய்
நானும் ஓடுகிறேன்
விலைமதிப்பற்ற
உன் மெல்லிய உடலைத்
தாங்கிப்பிடித்து
மார்போடு சேர்த்து
இறுக்கமாக அணைக்கிறேன்
"குவாக் குவாக்" என
வாத்துகளைப் பார்த்து
நீ விரல்களைக் காட்டியபோது
சூடான முத்த மழைப் பொழிகிறேன்

வஜ்தே!
பிரியமானவர்களைப்
பிரிவது
நரக வேதனை
இல்லை
பைத்திய நிலை
அனுபவித்தால்தான்
புரியும்.
O

நான் நீ

நீ
என் வாழ்வின்
ஒரு பகுதியாக ஆனாய்
பகுதி
முழுதாக மாறியது
நீ
நானாகிவிட்டாய்
என்னை
பைத்தியம் என்று
நினைக்காதே

நாம் ஈருடல்களாய் இருந்தோம்
சில காலம்
கடலும் பாலைவனங்களும்
நம்மைப் பிரித்துவைத்திருந்தன
நான் முரடன்
உன் முகமோ
மிக அழகு

நீ
இங்கேதான் இருக்கிறாய்
எனக்குள்
இதயத் துடிப்பில்
ரத்த நாளங்களில்
மூச்சுக் காற்றில்
நான்தான் நீ

இம்மந்திரத்தால்
உயிர் வாழ்கிறேன்
கவிதைகளில்
குடியிருக்கிறேன்.
O

முட்களில்லாத ரோஜா

எனக்குத் தெரியும்
கவிதையால்
எந்தப் பயனுமில்லை
என் இதயத்தை
கவிதையால்
அறுத்துவிட்டேன்
ஒவ்வொரு முறையும்
புதிய கவிதை பிறக்கும்போது
கொஞ்சம் கொஞ்சமாக
நான் இறக்கிறேன்
இனி எழுத மாட்டேன் என்று
சத்தியம் செய்தேன்

எனக்குத் தெரியும்
உன் காதலைப் போலவே
கவிதையும்
என்னைச் சூறையாடும்
சில நேரம்
இரண்டும்
என்னை
உச்சத்திற்கு உயர்த்தும்
சில நேரம்
என்னை

முட் படுக்கையில்
தூக்கி வீசும்
ஆதலால்
கனவுகளைக் கிழித்து
எழுதுகோல்களைச் சிதைத்து
என்னை விடுவிக்கச்
சத்தியம் செய்தேன்
காதலைத் துரத்தி
என் இமைகளில்
பாய் விரித்துப் படுக்க
முடிவெடுத்தேன்

ஆனால்
இப்போதும்
கூண்டில் சிக்கியிருக்கிறேன்.
வார்த்தைகளைப்
பின்னிக்கொண்டேயிருக்கிறேன்
இப்போதும்
என் இதயம்
மயக்கும்
உன் அழகையே
சுற்றிவருகிறது

இப்போதும்
கனவுகாண்கிறேன்
முட்கள் இல்லாத
ரோஜாக்களைப் பறிப்பதாய்
என் கவிதைக்காக
உன் காதலுக்காக.
◯

பூமி

பூமி
ஒரு பந்து
அதற்காக
உதைக்காதே
குத்தவோ
அமுக்கவோ நினைக்காதே
பூமியிடம்
பக்குவமாக நடந்துகொள்
அது
உன் தொட்டில்
கல்லறை
அதன்மேல்
மென்மையாக அமர்ந்துகொள்
உன் வலது கையால்
அதன் நெற்றியில்
அல்லது
கன்னத்தில் தடவு
பூமிதான்
எல்லா மனிதர்களுக்கும் தாய்
ஆதித் தாய்
ஹவ்வாவைப் போல

மரங்கள், பூக்கள், கால்நடைகள்
பறவைகள், ஆறுகள், மலைகள்
எல்லா உயிர்களுக்கும்
பூமியே தாய்
நீருக்கும் நெருப்புக்கும் தாய்
பூமிதான்
அதைக்
கவனமாகப் பார்த்துக்கொள்
அதன் வளத்தை
சுற்றுச்சூழலைப்

பாதுகாத்துக்கொள்
போர்கள், அழிவுகள்
எல்லாவற்றிலிருந்தும்
பூமியைக் காப்பாற்று
அணுகுண்டுகள்
இரசாயன ஆயுதங்கள்
உயிரியல் ஆயுதங்கள்
எல்லாவற்றிலிருந்தும்
காப்பாற்று
பழிவாங்கும்
உன் சுயநலத்திற்காக
வெடிகுண்டாக மாற்றிவிடாதே
இந்தப் பூமியை

உலகம்
ஒரு பந்து
சுழலும் இப்பிரபஞ்சம்
ரகசியங்கள் நிறைந்தது
இன்றுவரை
சோர்வின்றி
வாழ்க்கைத்
தந்துகொண்டிருக்கிறது
பூமி
ஆகையால்
அதன் மதிப்பை அறிந்து
அழிவுகளிருந்து காப்பாற்று
உன் நெற்றியால்
பூமியின் நெற்றியைத் தொடு
பிறகு
மன்னிக்கும் இறைவனை
வணங்கு.
○

கவிதையை மொழிபெயர்க்காதே

கவிதையின் அர்த்தம்
சிறைபட்டிருந்தால்
அல்லது
ஒரு கட்டடத்தில்
கவிதை
சோர்வாகக் கிடந்தால்
கவிதையை மொழிபெயர்க்க
முயற்சிக்காதே

அழகாகவோ
எளிதாகவோ
இருந்தாலும்
எல்லாக் கவிதைகளும்
மொழிபெயர்க்கப்படுவதில்லை

கவிதை
கவிதைதான்
உலகின்
பத்து மூலைகளிலிருந்தும்
தீவிரமாக
பொறுமையாகத்
தேடு
கவிதையின்
அர்த்தத்தை

ஒளிரும் நட்சத்திரங்களைத்
தேடு
அவை உயரத்தில் இருந்தால்
உறுதியான
உன் இறக்கைகளை அடித்து
ஏறு

படைப்பாற்றலைத் தேடு
'ஐயோ தலைவலி' என
முனங்கி
காகிதங்களை நிரப்ப
எந்த அவசியமும் இல்லை.
○

உயிரோடு உரையாடு

உடலை விடு
என் உயிரோடு உரையாடு
உயிரிலும் உடலிலும்
நீ இருந்து
அவ்வுயிரும் உடலும்
என் பெயரில்
கலந்திருந்தால்
உயிரோடு உரையாடு
பறவையைப் போன்றது
உயிர்

உயிரோடு உரையாடு
என் உயிரில்
எரிமலையின் சீற்றம்
என் மாமிசத்தின் கொழுப்பை
அருந்தவில்லையென்றால்
அணைந்துவிடுவாய்

உரையாடு.. உரையாடு
உரையாடல்களில்தான்
தீர்வு திறக்கும்
சொற்களின்
காத்திகளில்தான்
முடிவுகளின்
அதிசயங்கள் பிறக்கும்

வயதின் பெரும்பகுதி
காணாமல்போய்விட்டாலும்
உயிர், இதயம், உடல்
இவற்றுக்கிடையேயான
போர் மட்டும்
நடந்துகொண்டே இருக்கிறது

எல்லாத் துயரங்களுக்கும்
காதல்தான் தீர்வு என
நினைத்திருந்தேன்
ஆனால்
அது மாயை
மாயையிலும் மாயை

உடலில்
துன்பமும் சோதனையும்
துயில் கொண்டிருக்கிறது
இறுதியில்
எங்கே செல்லும்
உயிர்

உயிரின் ஒளி
முழு நிலவிற்காக
நட்சத்திரத்திற்காக
ஏங்குகிறது
ஆனால்
மண்

உன்னை
இறுக்கமாக
அணைத்துக்கொண்டிருக்கிறது
தனக்காக.

உடல்
பாவத்தில் மூழ்கினால்
உயிர்
துன்பத்தில்
துயரத்தில்
சிக்கித் தவிக்கும்

உரையாடு
உள்ளத்தின் உரையாடல்
புரிதலில் மூழ்கும்
ஒவ்வொரு
உயிரைச் சுற்றியும்
பறந்து செல்லும்

நீ
ஞானி அல்ல
ஆனால்
உன் இரத்தத்தில்
கவலையின்
காதலின்
உயிரோட்டம்
கலந்திருக்கிறது

எலும்பும் சதையும்
வேகமாக அழிந்துவிடும்
உயிர் அழிவதில்லை
ஆதலால்
உரையாடு
உயிரோடு.
O

ஜீனியின் ஜாடி

போராடிக்கொண்டேயிருங்கள்
ஒவ்வொரு மாதமும்
அபகரிப்பவனின் படுக்கையில்
இரவைக் கழிக்கிறேன்
காலங்காலமாக
நாம் நம்பியவன்
துரோகியாகிவிட்டான்
அவனை வீழ்த்துங்கள்

போராடிக்கொண்டேயிருங்கள்
அவமானத்திற்கும்
அடக்குமுறைக்கும்
அடிபணியாமல்
கலகம் செய்தவர்கள்
நீங்கள் அல்ல
முத்துக்களைவிட
மதிப்புமிக்க
துர்ராவையும்*
சிறுவர் கூட்டத்தையும்
கொலைசெய்தவர்கள்
நீங்கள் அல்ல
அச்சிறுவர்கள்
அபாபீல் பறவைகள் கூட்டம்
பறவைகளை அழிக்க

---

* *'துர்ரா' 30 செப்டம்பர் 2000 இல் இஸ்ரேல் இராணுவத்தால் கொல்லப்பட்ட பாலஸ்த்தீன சிறுவன்.*

அக்ஸா பள்ளிவாசலுக்கு
யானை அல்லவா
படையெடுத்து வந்தது

எவ்வளவு துணிச்சல்
சிறுவர்களுக்கு!
மானத்துடன்
வீரத்துடன்
தங்கள் மார்புகளில் அல்லவா
தோட்டாக்களை
ஏந்தினார்கள்
அவர்கள்
மண்ணில் சாய்ந்ததும்
பறந்துசென்றுவிட்டனர்
சொர்க்கத்திற்கு
பறவைகளைப் போல

போராடிக்கொண்டேயிருங்கள்
மலரும் வயதில்
உயிர்களை அர்ப்பணித்த
சிறுவர்களைக் கண்டு
திகைத்து நிற்கிறது
உலகம்

நீங்கள்
இருளில்
கலங்கரை விளக்கை
ஏற்றியவர்கள்
முழு நிலவாய்
பிரகாசித்தவர்கள்
எங்கள் அவமானத்திலிருந்து
பீறிட்டு வரும்
தன்மானத்தின் ஊற்று

போராடிக்கொண்டேயிருங்கள்
உங்கள் காதல் பாதையில்
நீங்கள் வழங்கும்
மாபெரும் மணக்கொடை
இறைத்தூதர்களின் பூமி
மஸ்ஜிதுல் அக்ஸா

போராடுங்கள்
போராடிக்கொண்டேயிருங்கள்
நான்
இருளின் இதயத்தில்
விடியலின்
கயிற்றைப் பார்க்கிறேன்
சிறுவர்களின்
காயங்களிலிருந்து வடியும்
இளஞ்சிவப்பு நிறத்தில்
வெற்றிக் கொடிகளைக்
காண்கிறேன்
குகையின் உறக்கத்திலிருந்து
விழிப்போம்
அவமானம், பயத்திலிருந்து
விடுபடுவோம்

போராடுங்கள்
போராடுங்கள்
போராடிக்கொண்டேயிருங்கள்
ஒரு சகாப்தத்திற்குப் பிறகு
ஜீனி
ஜாடியிலிருந்து
வெளிவரும் நேரமிது.
O

உண்மையின் விழிகள்

தவறியது
தவறியதுதான்
அதனால்
வருத்தமோ
கவலையோ இல்லை
கோபம்
ஆழம்வரைச் சென்று
நம்மை
சோர்வில் ஆழ்த்தும்

நோய்
முதுமை
ஒப்பந்தங்களை முறித்த வயது
இவையாவும்
அறிவைத் தேடும்
மாணவர்களிடம்
குடிபுகுந்துவிட்டன

அறியாமை
ஆளும் உலகில்
பொய், பித்தலாட்டம்
தலைவிரித்தாடும் பூமியில்
நாம் அறிவைத் தேடுவோம்

உண்மையின் விழிகள்
பிதுங்கிவிட்டன
அநீதியும் கொள்ளையும்
உண்மையைச்
சூழ்ந்துநிற்கின்றன
ஆதலால்
உண்மையின் பக்கம்
மீள்வோம்

எங்கள் இதயங்களின் ஆழத்தில்
அன்பைச் சுமக்கிறோம்
அதனால்
எங்களுக்குக்
கிடைத்தப் பரிசு
வெறுப்பு, பகை, கோபம்

நாங்கள்
மெல்லிசை ராகங்களில்
கவிதைகள் பாடுகிறோம்
அவை
பறவைகளின்
வாயிலிருந்து உதிரும்
இசையாய் ஒலிக்கின்றன

எங்களிடம் மிச்சமிருப்பது
சிரிப்பு மட்டுமே
அத்தோடு
கொஞ்சம்
கவிதையையும்
இலக்கியத்தையும்
சேர்த்துவைத்திருக்கிறோம்

அரை நூற்றாண்டுக் காலம்
சென்றுவிட்டது
எங்கள் நெஞ்சில்
எதுவும் இல்லை
கலங்கும்
இதயத்தைத் தவிர
வாழ்க்கைத் துணையே
பொறுங்கள்
இனி
விரக்தியடைவதில்
அர்த்தம் இல்லை
இவ்வுலகில்
மகிழ்ச்சியடைய
எந்தக் காரணமும் இல்லை

இறைதிருப்தி மட்டுமே
நிரந்தரம்
அதைத் தேடுவோம்
நிராகரிக்கப்படாது
நம் தேடல்.
O

உன் கண்கள்

ஆழம்வரை சென்று
வசீகரிக்கும்
மந்திரச் சக்தியுண்டு
உன் கண்களுக்கு

நானோ
கண்களின்
மென்மையான அரசன்

காரிருளில் மின்னும்
மின்னலைப் போல
உன் கண்ணொளி
என் பார்வையைப் பறிக்கிறது

உன் கண்களில்
ஒளிந்திருக்கும்
ரகசியங்களின்
மந்திரத்தால்
உறங்கும் இமை
இமை முடிகள்
மின்னல்
இவையாவும்
கிளர்ந்தெழுகின்றன.

அனல் வீசுகிறது
உன் கண்களில்
நரகமோ
என்னை உருக்குகிறது
தண்ணீர் எப்போது
நெருப்பை மூட்டியது!

கண்களின் சுவையே!
உன் மயக்கும் கண்களால்
அந்த இளைஞனுக்கு
அநீதியிழைக்காதே
அவன்
இன்னும் எழவில்லை

உன் கண்களில்
அவன்
மரணத்தைக் கண்டான்
சுவையான மரணம்
எந்தக் கண்ணால்
மரணத்தைச் சுவைக்க
ஏவுகிறாய்?

விளக்குகளைச் சுற்றிவந்து
மரணத்திற்காக ஏங்கும்
விட்டில் நான்

உன் கண்களைச் சுற்றிவந்து
உயிர்வாழ நினைக்கிறேன்
ஆனால்
மூழ்கிவிடுகிறேன்
உன் விழிகளுக்குள்.
○

அதிசய காலம்

நண்பா
அதிசயங்களைக் கண்டு
ஆச்சரியப்படாதே
அப்பாவிச் சகோதரா
கிறுக்கர்கள்
அற்பர்கள்
முட்டாள்கள்
நரிகள்
வாழும் காலம்
எல்லா வடிவங்களிலும்
நிறங்களிலும்
சாயல்களிலும்
பைத்தியங்கள்
வாழும் காலம்
அதிசயங்களின் காலம்
இக்காலத்தில்
நீ வாழ்ந்தால்
சிரி
துன்பங்களை
வெல்ல முடியாது
நீ அழுதால்.
○

தீக்கங்கு

தீக்கங்கை
கைகளில் ஏந்தினோம்
கைகள் கருகின
துடித்தோம்
கதறி அழுதோம்
ஆனாலும்
கைகள் தப்பவில்லை
பொறுமையாக இருந்தோம்
பொறுமையைக் கற்றோம்
தீக்கங்கு
அணைந்தது

ஆற்றுக்கருகில் வந்ததும்
பாலத்தைக் கடந்து
கரையை நோக்கிச் சென்றோம்.
கரை
எங்களை
இந்த யுகத்தின்
கடைசிவரை
அழைத்துச் சென்றது
ஆற்றில்
கருகிக்கொண்டிருந்தனர்
தீக்கங்கின்
உரிமையாளர்கள்.

ஆம் இல்லை

'ஆம்'
'இல்லை'
அவன்
எதுவும் சொல்லவில்லை
என்னிடம்
வேகமாக
'இறைவன் நாடினால்' என்றான்
இறைவன் அனுமதியால்
'ஆம்' என்பான் என
அவள் நினைத்தாள்
'ஆம்'
'இல்லை'
இரண்டும்
சமம்தான்
இறைவனிடம்.
O

வார்த்தை

வார்த்தை
விலைபோனால்
கவிதையின் குரல்
தளர்ந்துவிடும்
இருளின் நடுவில்
வார்த்தை
மரியாதையைச்
சுமந்துவந்தால்
வசீகரத்தால்
ஒளியால்
வார்த்தை
பிரகாசிக்கும்.
O

பக்பூக்
(பேத்தி ஹனூஃபிற்கு)

என் இடது கையில்
நாணயத்தை வைத்தேன்
அதன் மேல் ஊதினேன்
வலது கையால்
அதை மூடிவிட்டு
அவளிடம் கூறினேன்:
'பக்பூக்' என்று சொல்
அவளும் 'பக்பூக்' என்றாள்
கைகளைத் திறந்தேன்
எங்கே நாணயம்? எங்கே?
கண் சிமிட்டும் நேரத்தில்
நாணயம்
மாயமாய் மறைந்துவிட்டதே!
அவள் சிரித்தாள்
அவளது கண்களில்
அவ்வளவு ஆனந்தம்!
இறைவன் அவளைப் பாதுகாப்பானாக
அவளுக்கு
இன்னும்
இரண்டு வயதுகூட ஆகவில்லை

'பக்பூக்'
நாணயம்
காணாமல் போய்விட்டது

வெல்வெட் ஆடை
அணிவிக்கப்பட்ட
அவளது பெரிய பொம்மையை
எடுத்துவரச் சென்றாள்
அதை என் கையில் வைத்து
'பக்பூக்' என்றாள்
நான் கரகரத்தக் குரலில் சொன்னேன்:
என் உயிரின் உயிரே!
இப்பொம்மை
மாயமாய் மறைந்தால்
எவ்வளவு அழகாக இருக்கும்!

(அரபு நாடுகளில் பொருட்கள் மறைந்துபோக
மாயவித்தைக்காரர்கள் பயன்படுத்தும் சொல் 'பக்பூக்')